பொது அறிவு

தமிழ், ஆங்கிலம், ஹிந்தி

கணேசமணி

ISBN 979-8-89067-724-2

ஆசிரியர் முன்னுரை :

இந்த கையேடு சிறுவர் முதல் பெரியவர் வரை அனைவரும் விரும்பி

படிக்கும் பொருளாக அமையும் என்று நம்புகிறேன்.

வாசகர்களின் மேலான கருத்துக்களை அன்புடன்

வரவேற்கிறேன்.

ஆசிரியர்: அ.கணேசமணி

Author Profile:

This manual is loved by every one from kids to adults

I hope it will be a good read. Comments are welcome

Author: A. Ganesamani.

लेखक प्रोफ़ाइल:

यह पुस्तिका बच्चों से लेकर बड़ों तक सभी को पसंद है

मुझे आशा है कि यह एक अच्छा पठन होगा। टिप्पणियों का स्वागत है

लेखक: ए गणेशमणि

வங்க தேசம் :

கேள்வி: வங்க தேசம் 1971 க்கு முன் எவ்வாறு அழைக்கப்பட்டது?

பதில்: கிழக்கு பாகிஸ்தான் என்று அழைக்கப்பட்டது

கேள்வி: வங்க தேசத்தின் அதிகாரப் பூர்வ சுதந்திர தினமாக எந்த ஆண்டு அறிவிக்கப்பட்டது ?

பதில்: மார்ச் 26,1971 என்பது தான் வங்க தேசத்தின் அதிகாரப் பூர்வ சுதந்திர தினமாக கருதப்பட்டது.

Bangladesh:

Question: What was Bangladesh called before 1971?

Answer: It was called East Pakistan

Question: Which year was declared as the official Independence Day of Bangladesh?

Answer: March 26, 1971 was considered as the official Independence Day of Bangladesh.

बांग्लादेश:

प्रश्न: 1971 से पहले बांग्लादेश को क्या कहा जाता था ?

उत्तर: इसे पूर्वी पाकिस्तान कहा जाता था

प्रश्नः किस वर्ष को बांग्लादेश का आधिकारिक स्वतंत्रता दिवस घोषित किया गया?

उत्तर: 26 मार्च, 1971 को बांग्लादेश का आधिकारिक स्वतंत्रता दिवस माना गया।

வர்த்தகம் :

கேள்வி: இந்தியாவில் கம்பெனி சட்டத்தின் படி CSR - ன் அணுகு முறையின் நிலை என்ன ?

பதில்: இந்தியாவில் கம்பெனி சட்டத்தின்படி குறிப்பிட்ட அளவு நிதி நிலை உள்ள நிறுவனங்கள் தங்களின் முந்தைய மூன்றாண்டுகளின் சராசரி லாபத்தின் இரண்டு சதவீதமாவது இதற்குச் செல விட வேண்டும்.

व्यापार:

प्रश्न: भारत में कंपनी अधिनियम के तहत सीएसआर के दृष्टिकोण की क्या स्थिति है?

उत्तर: भारत में कंपनी अधिनियम के अनुसार, एक निश्चित स्तर की वित्तीय स्थिति वाली कंपनियों को पिछले तीन वर्षों के अपने औसत लाभ का कम से कम दो प्रतिशत खर्च करना चाहिए।

Trade:

Question: What is the status of approach to CSR under the Companies Act in India?

Answer: As per the Companies Act in India, companies with a certain level of financial standing must spend at least two percent of their average profit for the previous three years.

வர்த்தகம் :

கேள்வி: வர்த்தகத்தில் CSR எனும் அணுகு முறையின் விரிவாக்கம் என்ன?

பதில்:உலகெங்கும்தற்போதுவர்த்தகநிறுவனங்களின் சமுதாயப் பொறுப்புணர்வு (CSR) எனும் அணுகு முறை வந்துள்ளது.

Trade:

Question: What is the extension of CSR approach in business?

Answer: Corporate Social Responsibility (CSR) approach has been adopted all over the world.

व्यापार:

प्रश्न: व्यवसाय में सीएसआर दृष्टिकोण का विस्तार क्या है?

उत्तर: कॉरपोरेट सोशल रिस्पॉन्सिबिलिटी (CSR) दृष्टिकोण को पूरी दुनिया में अपनाया गया है।

கல்வி :

கேள்வி: ஒரு கேள்விக்கு நான்கு பதில்களைத் தந்து ஏதேனும் ஒரு பதிலைத் தேர்வு செய்யும் முறையை (multiple choice type) அறிமுகம் செய்த கல்வியாளர் பெயர் என்ன ?

பதில்: ரேனோ சாஸோ எனும் ஆப்பிரிக்கக் கல்வியாளர் அறிமுகம் செய்தார்.

Education:

Question: What is the name of the educationist who introduced the multiple choice type by giving four answers to a question?

Answer: Introduced by Reno Sasso, an African academician.

शिक्षा:

प्रश्न: एक प्रश्न के चार उत्तर देकर बहुविकल्पी प्रकार का परिचय देने वाले शिक्षाशास्त्री का क्या नाम है ?

उत्तर: एक अफ्रीकी शिक्षाविद् रेनो सासो द्वारा प्रस्तुत किया गया।

சிம்லா ஒப்பந்தம் :

கேள்வி: சிம்லா ஒப்பந்தத்தில் கையெழுத்திட்ட இந்தியப் பிரதமரின் பெயர் என்ன ?

பதில்: இந்தியப்பிரதமர் இந்திராகாந்தி

கேள்வி: சிம்லா ஒப்பந்தத்தில் கையெழுத்திட்ட பாகிஸ்தான் பிரதமரின் பெயர் என்ன ?

பதில்: பாகிஸ்தான் பிரதமர் புட்டோ.

Shimla Agreement:

Question: What is the name of the Prime Minister of India who signed the Shimla Agreement?

Answer: Indian Prime Minister Indira Gandhi

Question: What is the name of the Prime Minister of Pakistan who signed the Shimla Agreement?

Answer: Prime Minister Bhutto of Pakistan.

शिमला समझौता:

प्रश्नः शिमला समझौते पर हस्ताक्षर करने वाले भारत के प्रधानमंत्री का क्या नाम है?

उत्तर: भारतीय प्रधानमंत्री इंदिरा गांधी

प्रश्नः शिमला समझौते पर हस्ताक्षर करने वाले पाकिस्तान के प्रधानमंत्री का क्या नाम है?

उत्तर: पाकिस्तान की प्रधानमंत्री भुट्टो।

மக்னா யானை :

கேள்வி: தந்தம் இல்லாத யானை எந்த பெயரில் அழைக்கப்படுகிறது ?

பதில்: மக்னா யானை என்று அழைக்கப்படுகிறது.

கேள்வி: மக்னா யானையின் குணாதிசயங்கள் என்ன ?

பதில்: மக்னா யானைகள் ஆண் யானைகள் ஆகும்.

இவற்றால் இனப் பெருக்கம் செய்ய முடியும்.

Magna Elephant:

Question: Elephant without tusk is called by which name?

Answer: Magna is called an elephant.

Question: What are the characteristics of the Magna elephant?

Answer: Magna elephants are male elephants.

These can reproduce.

मैग्ना हाथी:

प्रश्न: बिना दांत वाले हाथी को किस नाम से पुकारा जाता है?

उत्तर: मैग्ना को हाथी कहा जाता है।

प्रश्न: मैग्ना हाथी की क्या विशेषताएं हैं?

उत्तर : मैग्ना हाथी नर हाथी होते हैं।

ये पुनरुत्पादन कर सकते हैं।

வர்த்தகம்:

கேள்வி: வணிகத் துறையில் " டபிள்யூ . டி.ஓ" வின் விரிவாக்கம் என்ன?

பதில்: W.T.O - உலக வர்த்தக அமைப்பு.

கேள்வி: உலக வர்த்தக அமைப்பின் நோக்கம் என்ன ?

பதில்:உலகம்எங்கும்குறைந்தசெலவில்,நல்லதரத்தில் பொருட்கள் தயாரிக்கப்பட்டு உலகம் முழுவதும் பகிர்ந்து கொள்ள வேண்டும் என்ற நோக்கில் தான் உலக வர்த்தக அமைப்பு ஏற்படுத்தப்பட்டது.

Trading:

Question: What is the extension of "W.T.O" in the field of trade?

Answer: W.T.O - World Trade Organization.

Question: What is the purpose of World Trade Organization?

Answer: The World Trade Organization was established with the aim of making goods of good quality available anywhere in the world at low cost.

ट्रेडिंग:

प्रश्न: व्यापार के क्षेत्र में "W.T.O" का क्या विस्तार है?

उत्तर: विश्व व्यापार संगठन

प्रश्न: विश्व व्यापार संगठन का उद्देश्य क्या है?

उत्तर: विश्व व्यापार संगठन की स्थापना विश्व में कहीं भी कम कीमत पर अच्छी गुणवत्ता का सामान उपलब्ध कराने के उद्देश्य से की गई थी।

நாடுகளின் கரன்ஸி :

கேள்வி: சீன நாட்டின் கரன்ஸியின் பெயர் என்ன?

பதில்: சீனாவின் கரன்ஸி யுவான்.

கேள்வி: பிரேசில் நாட்டின் கரன்ஸி எவ்வாறு அழைக்கப்படுகிறது?

பதில்: பிரேசில் நாட்டின் கரன்ஸி ரியால் .

கேள்வி: மலேசியாவின் நாணயம் எவ்வாறு அழைக்கப்படுகிறது?

பதில்: மலேசியாவின் நாணயம் ரிங்கிட்

கேள்வி: அமெரிக்காவின் கரன்ஸி எவ்வாறு அழைக்கப்படுகிறது?

பதில்: அமெரிக்காவின் கரன்ஸி டாலர்.

Currency of Countries:

Question : What is the name of the currency of China?

Answer: The currency of China is Yuan.

Question : What is the currency of Brazil called?

Answer: The currency of Brazil currency is reais.

Question : What is the currency of Malaysia called?

Answer: The currency of Malaysia is Ringgit

Question: What is the currency of United States called?

Answer: The currency of the United States is the dollar.

देशों की मुद्रा:

प्रश्न: चीन की मुद्रा का क्या नाम है ?

उत्तर: चीन की मुद्रा युआन है।

प्रश्न: ब्राजील की मुद्रा क्या कहलाती है ?

उत्तर: ब्राजील की मुद्रा रियल है।

प्रश्न: मलेशिया की मुद्रा क्या कहलाती है ?

उत्तर: मलेशिया की मुद्रा रिंगित है

प्रश्न: संयुक्त राज्य अमेरिका की मुद्रा क्या कहलाती है ?

उत्तर: संयुक्त राज्य अमेरिका की मुद्रा डॉलर है।

சிக்கிம் மாநிலம்:

கேள்வி: சிக்கிம் மாநிலத்தின் தலைநகர் பெயர் என்ன?

பதில்: காங்டாக்

கேள்வி: சிக்கிம், மன்னராட்சியைத் துறந்து இந்தியக் குடியரசின் கீழ் எந்த ஆண்டு இணைந்தது?

பதில்: 1975 - மே 16-ல் இணைந்தது.

Sikkim State:

Question: What is the capital of Sikkim State?

Answer: Gangtok

Question: In which year did Sikkim renounce the monarchy and join the Republic of India?

Answer: 1975 - Joined on 16th May.

सिक्किम राज्य:

सवाल: सिक्किम राज्य के राजधानी का क्या नाम है ?

उत्तर: गंगटोक

प्रश्न: सिक्किम किस वर्ष राजशाही को त्याग कर भारतीय गणराज्य में शामिल हुआ?

उत्तर: 1975 - 16 मई को ज्वाइन किया।

சிக்ரி :

கேள்வி: 'சிக்ரி' என்று அழைக்கப்படுகிற ரிசர்ச் இன்ஸ்டிடியூட்

தமிழ் நாட்டில் எந்த நகரில் அமைந்துள்ளது ?

பதில்: காரைக்குடி நகரில் உள்ளது

கேள்வி: 'சிக்ரி '- விரிவாக்கம் எழுதுக .

பதில்: சென்ரல் எலக்ட்ரோ கெமிக்கல் ரிசர்ச் இன்ஸ்டிடியூட்.

CECRI:

Question : A research institute called 'CECRI'

it is located in which city in Tamil Nadu?

Answer: It is in Karaikudi city

Question: 'C.E.C.R.I' - Write expansion.

Answer: Central Electrochemical Research Institute.

सिकरी:

प्रश्न: 'सिकरी' नामक शोध संस्थान

यह तमिलनाडु के किस शहर में स्थित है?

उत्तर: यह कराईकुडी शहर में है

प्रश्न: 'सिकरी' - विस्तार लिखिए।

उत्तर: केंद्रीय विद्युत रासायनिक अनुसंधान संस्थान।

இந்தியாவில் ஆங்கிலேயர்:

கேள்வி: இந்தியாவில் பிரிட்டன் அழுத்தமாக் காலடி பதித்த முதல் நகரம் எது?

பதில்: கொல்கத்தா

கேள்வி: 'ஆங்கிலேயர் இல்லாத இந்தியா ' என்ற புத்தகத்தை எழுதிய பிரெஞ்சு நாவலாசிரியர் பெயர் என்ன?

பதில்: பியர் லோட்டி .

English in India:

Question: Which was the first city in India where Britain firmly established a foothold?

Answer: Kolkata

Question: What is the name of the French novelist who wrote the book 'India without English'?

Answer: Pierre Loti.

भारत में अंग्रेजी:

प्रश्न: भारत का वह पहला शहर कौन सा था जहां ब्रिटेन ने मजबूती से पैर जमाए थे?

उत्तर: कोलकाता

प्रश्नः 'इंडिया विदाउट इंग्लिश' पुस्तक लिखने वाले फ्रांसीसी उपन्यासकार का क्या नाम है?

उत्तर: पियरे लोटी।

பென்சிலின்:

கேள்வி: பென்சிலின் மருந்தை கண்டறிந்தவர் யார்?

பதில்: அலெக்ஸாண்டர் ஃபிளெமிங்.

கேள்வி: பென்சிலின் மருந்தை கண்டறிந்த விஞ்ஞானி எந்த நாட்டில் பிறந்தார்?

பதில்: ஸ்காட்லாந்து

Penicillin:

Question: Who discovered penicillin?

Answer: Alexander Fleming.

Question: In which country the scientist who discovered penicillin Born?

Answer: Scotland

पेनिसिलिन:

प्रश्न: पेनिसिलिन की खोज किसने की थी?

उत्तर: अलेक्जेंडर फ्लेमिंग।

प्रश्न: पेनिसिलिन की खोज करने वाले वैज्ञानिक किस देश में ?

उत्तर: स्कॉटलैंड

விண்வெளி ஆய்வு:

கேள்வி: நமது இந்திய நாட்டில் அமைந்துள்ள தும்பா ராக்கெட் நிலையத்தின் சிறப்பு என்ன?

பதில்: பூமியின் காந்த நடுக்கோட்டுக்கு அருகில் தும்பா அமைந்துள்ளது.

Space Exploration:

Question: What is special about Thumba rocket station located in our country of India?

Answer: Thumpa is located near the Earth's magnetic meridian.

अंतरिक्ष की खोज:

प्रश्नः हमारे भारत देश में स्थित थुंबा रॉकेट स्टेशन की क्या विशेषता है?

उत्तर: थुम्पा पृथ्वी के चुंबकीय याम्योत्तर के पास स्थित है।

விளையாட்டு:

ஒலிம்பிக் போட்டிகள்:

கேள்வி: நவீன ஒலிம்பிக்ஸுக்கு பிள்ளையார் சுழி இட்டது யார்?

பதில்: ஏப்ரல் 16,1896 அன்று கிரிஸ் நாட்டு முதலாம் ஜார்ஜ் மன்னர் பிள்ளையார் சுழி இட்டார்.

Game:

Olympic Games:

Question: Who introduced the modern Olympics?

Answer: On April 16, 1896, King George I of Greece introduced the modern Olympics

खेल:

ओलिंपिक खेलों:

प्रश्न: पिल्लैयार को आधुनिक ओलंपिक से किसने परिचित कराया?

उत्तर: 16 अप्रैल, 1896 को यूनान के किंग जॉर्ज प्रथम को पिल्लैयार ने फाँसी दे दी थी।

தாமஸ் ஆல்வா எடிசன்:

கேள்வி: என்ன நடந்தாலும்,எதை இழந்தாலும் சோர்ந்து போகமாட்டேன்.காரணம், நான் 100 வெற்றிகளைப் பார்த்தவன் அல்ல; 1000 தோல்விகளை சந்தித்தவன்.

மேற்கண்ட பொன் மொழியை கூறிய விஞ்ஞானி யார்?

பதில்: தாமஸ் ஆல்வா எடிசன்.

Thomas Alva Edison:

Question: No matter what happens, no matter what I lose, I never get tired. Because I am not a person who has seen 100 wins; A person who has suffered 1000 failures.

Who is the scientist who said the above golden language?

Answer: Thomas Alva Edison.

थॉमस अल्वा एडिसन:

प्रश्न: चाहे कुछ भी हो जाए, चाहे कुछ भी हो जाए, मैं कभी नहीं थकता क्योंकि मैं ऐसा व्यक्ति नहीं हूं जिसने 100 जीत देखी हों; एक व्यक्ति जिसने 1000 असफलताओं का सामना किया है।

उपरोक्त स्वर्णिम भाषा कहने वाला वैज्ञानिक कौन है ?

उत्तर: थॉमस अल्वा एडिसन।

டாக்டர் கலாம்:

கேள்வி: 'மக்களின் ஜனாதிபதி' என்று அழைக்கப்பட்ட இந்தியாவின் ஒரே குடியரசுத் தலைவர் யார்?

பதில்: டாக்டர் அப்துல் கலாம் அவர்கள், Dr. Kalam:

Question: Who is the only President of India who was called 'People's President'?

Answer: Dr. Abdul Kalam,

डॉ कलाम:

सवाल: भारत का एकमात्र राष्ट्रपति कौन है जिसे 'जनता का राष्ट्रपति' कहा जाता है?

उत्तर: डॉ अब्दुल कलाम,

சிங்கார வேலர்:

கேள்வி: சிங்கார வேலரின் சாதனை என்ன?

பதில்: இந்தியாவில் மே நாளை முதன் முதலில் 01.05.1923இல் சிறப்பாக கொண்டாடிய பெருமை சிங்காரவேலருக்கு உண்டு.

Singhara Velar:

Question: Singhara Velar's achievement What?

Ans: Singharavelar has the honor of celebrating May Day for the first time in India on 01.05.1923.

सिंघारा वेलार:

प्रश्न: सिंघारा वेलार की उपलब्धि क्या?

उत्तर: 01.05.1923 को भारत में पहली बार मई दिवस मनाने का सम्मान सिंघारावेलर को प्राप्त है।

சர்.எம்.விஷ்வேஸ்வராய்யா :

கேள்வி: நமது இந்திய நாட்டில் யாருடைய பிறந்த நாளை "பொறியாளர் தினமாக" க் கொண்டாட மத்திய அரசு முடிவு செய்துள்ளது?

பதில்: இந்தியாவின் புகழ்பெற்ற பொறியாளரும் 'பாரத ரத்னா 'விருது

பெற்றவருமான சர் எம்.விஷ்வேஸ்வராய்யா பிறந்த தினமான செப்டம்பர் 15-ம்தேதியை

'பொறியாளர் தினமாக் ' கொண்டாட மத்திய அரசு முடிவெடுத்துள்ளது.(2022)

Sir M. Visvesvaraya :

Question: Whose birthday has the Central Government decided to celebrate as "Engineer's Day" in our country of India?

Answer:

The central government has decided to celebrate 'Engineer's Day' (2022) on 15th September, the birth anniversary of sir M.

Visvesvaraya , India's famous and 'Bharat

Ratna ' award received engineer.

.सर एम. विश्वेश्वरैया :

प्रश्नः केंद्र सरकार ने हमारे भारत देश में किसके जन्मदिन को "अभियंता दिवस" के रूप में मनाने का निर्णय लिया है?

उत्तर: भारत के प्रसिद्ध इंजीनियर और 'भारत रत्न' पुरस्कार

15 सितंबर को सर एम. विश्वेश्वरैया की जयंती है

केंद्र सरकार ने 'अभियंता दिवस' (2022) मनाने का फैसला किया है।

ஆசிரியர் தினம்:

கேள்வி: இந்தியாவில் யாருடைய பிறந்த தினம் ஆசிரியர் தினமாக கொண்டாடப்படுகிறது?

பதில்: 1888-ம் ஆண்டு செப்டம்பர் 5- ம் தேதி நமது இந்தியநாட்டின்முன்னாள்குடியரசுத்தலைவர்டாக்டர் ராதாகிருஷ்ணன் பிறந்தார்.அவரது பிறந்த தினத்தைத் தான் ஆசிரியர் தினமாக கொண்டாடுகிறோம்.

Teacher's Day:

Question: Whose birthday is celebrated as Teacher's Day in India?

Answer: Our former President Dr. Radhakrishnan was born on September 5, 1888. We celebrate his birthday as Teacher's Day.

शिक्षक दिवस:

प्रश्न: भारत में किसके जन्मदिन को शिक्षक दिवस के रूप में मनाया जाता है?

उत्तर: हमारे पूर्व राष्ट्रपति डॉ. राधाकृष्णन का जन्म 5 सितंबर, 1888 को हुआ था। उनके जन्मदिन को हम शिक्षक दिवस के रूप में मनाते हैं।

காந்தி மகான்:

கேள்வி: ' பசித்தவனுக்கு உணவு தான் கடவுள் ' என்ற வார்த்தைகளை கூறியவர் யார்?

பதில்: தேசப் பிதா காந்தியடிகள்.

Mahan Gandhi.

Question: Who uttered the words 'God is food for the hungry'?

Answer: Father of the Nation Gandhi.

महान गांधी:

प्रश्न: 'ईश्वर भूखे का भोजन है' यह कथन किसने कहा था?

उत्तर: राष्ट्रपिता गांधी।

ரம்ஜான் பண்டிகை:

கேள்வி: ரம்ஜான் பண்டிகையின் தத்துவம் என்ன?

பதில்: இஸ்லாமிய பெருமக்கள் கொண்டாடப்படும் இந்தப் பெருநாள் சகோதரத்துவம், சமத்துவம், சமாதானம், அன்பு, கருணை,ஈகை, சாந்தி, சகிப்புத்தன்மை, அரவணைப்பு, அர்ப்பணிப்பு, தியாகம்,பல்சமய நல்லிணக்கம், உலக அமைதி ஆகியவற்றை அன்புடன் போதிக்கிறது.ஈத் முபாரக்!

Ramadan Festival:

Question: What is the philosophy of Ramadan?

Answer: This great day celebrated by the Islamic greats teaches brotherhood, equality, peace, love, mercy, kindness, peace, tolerance, warmth, commitment, sacrifice, interfaith harmony and world peace with love.Eid Mubarak!

रमजान महोत्सव:

प्रश्न: रमजान का फलसफा क्या है?

उत्तर: इस्लामी महानों द्वारा मनाया जाने वाला यह महान दिन भाईचारा, समानता, शांति, प्रेम, दया, उड़ना , शांति, सहिष्णुता, गर्मजोशी, प्रतिबद्धता, त्याग, पारस्परिक सद्भाव और प्रेम के साथ विश्व शांति की शिक्षा देता है। ईद मुबारक!

சாகசப் பயணம்:

கேள்வி: அமெரிக்காவில் பழங்குடியில் பிறந்த சிறுமி சகோவியா எவ்வாறு நினைவுகூரப்படுகிறார்?

பதில்: சகோவியா மேற்கொண்ட அசாதாரணப் பயணத்துக்காக இன்றைய அமெரிக்காவின் பிரதான பூங்காக்களுக்கு அவரது பெயரைச் சூட்டியிருக்கிறார்கள்.நதி ஒன்று அவர் பெயரால் நினைவு கூறப்படுகிறது.

Adventure Travel:

Question: How is ,sacagawea, a girl born in a tribe in America, remembered?

Answer: Today's major parks in America are named after sacagawea for her extraordinary journey. A river is named after her

.साहसिक यात्रा:

सवाल: अमेरिका में एक जनजाति में पैदा हुई लड़की चकोविया को कैसे याद किया जाता है?

उत्तर: अमेरिका में आज के प्रमुख पार्कों का नाम चाकोविया की असाधारण यात्रा के लिए उनके नाम पर रखा गया है।एक नदी का नाम उनके नाम पर रखा गया है।

நடிகர் சிவாஜி:

கேள்வி: நடிகர் சிவாஜி கணேசன் பெற்ற விருதுகள் யாவை?

பதில்: கலை மாமணி, பத்மஶ்ரீ, பத்மபூஷன், ' செவாலியே ', ' தாதா சாகேப் பால்கே ' ஆகிய விருதுகளைப் பெற்றவர்.

Actor Sivaji:

Question: What are the awards received by actor Sivaji Ganesan?

Answer: Kalai Mamani, Padma Shri, Padma Bhushan, 'Chewaliye', 'Dada Saheb Phalke' awards.

अभिनेता शिवाजी:

प्रश्न: अभिनेता शिवाजी गणेशन को कौन से पुरस्कार मिले हैं?

उत्तर: कलई ममानी, पद्म श्री, पद्म भूषण, 'चेवालिए', 'दादा साहेब फाल्के' पुरस्कार।

தேசிய திறனாய்வுத் தேர்வு:

கேள்வி: தேசிய திறனாய்வுத் தேர்வின் நோக்கம் என்ன?

பதில்: மாணவர்களுக்கு கல்வி உதவித்தொகை பெறுவதற்கான தேர்வு -- அதிக மதிப்பெண் பெறும் மாணவர்களுக்கு மாதம் ரூ.500 வழங்கப்படும்.(2015 நிலவரம்)

National Aptitude Test:

Question: What is the purpose of National Aptitude Test?

Ans: Selection for scholarship to students -- Students with highest marks will be given Rs.500 per month (as of 2015).

राष्ट्रीय योग्यता परीक्षा:

प्रश्न: नेशनल एप्टीट्यूड टेस्ट का उद्देश्य क्या है?

उत्तर: छात्रों को छात्रवृत्ति के लिए चयन-- उच्चतम अंक वाले छात्रों को 500 रुपये प्रति माह (2015 परिस्थिति) दिया जाएगा।

அண்ணல் அம்பேத்கர்:

கேள்வி: டாக்டர் அம்பேத்கரின் பிறந்த நாள் ஏப்ரல் 14,இன் சிறப்பு என்ன?

பதில்: இந்த ஆண்டு - 2023 ஏப்ரல் -14 அன்று தமிழ் புத்தாண்டு சோபகிருது வருடம் பிறக்கிறது.

கேரளம், அசாம், பஞ்சாப், மேற்கு வங்கம் போன்ற மாநிலங்களில் இந்த நாள் சிறப்பு நாளாகக் கருதப்படுகிறது.

Annal Ambedkar:

Question: What is special about Dr. Ambedkar's birthday on April 14?

Ans: Tamil New Year Sobhakrithu year is born on April-14 this year.(2023)

This day is considered a special day in states like Kerala, Assam, Punjab and West Bengal

अन्नाल अम्बेडकर:

सवाल: खास क्या है डॉ. 14 अप्रैल को अंबेडकर का जन्मदिन?

Ans: तमिल नववर्ष शोभकृतु वर्ष का जन्म इस वर्ष(2023) अप्रैल-14 को हुआ है।

इस दिन को केरल, असम, पंजाब और पश्चिम बंगाल जैसे राज्यों में खास दिन माना जाता है

அன்னை தெரசா:

கேள்வி: அன்னை தெரசாவுக்கு நோபல் பரிசு எந்த ஆண்டு வழங்கப்பட்டது?

பதில்: 1979 டிசம்பர் 10 - ல் வழங்கப்பட்டது.

கேள்வி: அன்னை தெரசா பிறந்த நாடு எது?

பதில்: மாசிடோனியாவில் ஸ்காபியே என்னும் சிற்றூரில் (இன்றைய தலைநகர்) 1910 ஆகஸ்ட் 26- ல் பிறந்தார்.

Mother Teresa:

Question:

In which year, the Nobel prize was awarded to Mother Teresa?

Answer: Issued on December 10, 1979.

Question: In which country was Mother Teresa born?

Answer: Scapiae in Macedonia.she was born on 26 August 1910 in a small village (today's capital).

मदर टेरेसा:

प्रश्न: मदर टेरेसा को नोबेल पुरस्कार किस वर्ष प्रदान किया गया था?

उत्तर: 10 दिसंबर, 1979 को जारी किया गया।

प्रश्न: मदर टेरेसा का जन्म किस देश में हुआ था?

उत्तर: मैसेडोनिया में स्कैपिया

उनका जन्म 26 अगस्त 1910 को (आज की राजधानी) में हुआ था।

प्रश्न: मदर टेरेसा का जन्म किस देश में हुआ था?

उत्तर: मैसेडोनिया में स्कैपिया

उनका जन्म 26 अगस्त 1910 को (आज की राजधानी) में हुआ था।

ரஷ்யா:

கேள்வி: உலகத்திலேயே பெரிய நாடு எது?

பதில்: ரஷ்யா

கேள்வி: ரஷ்யாவின் பரப்பளவு எத்தனை சதுர கிலோ மீட்டர்?

பதில்: 1,70,98,242.

கேள்வி: இந்தியாவை விட ரஷ்யா எத்தனை மடங்கு பெரியது?

பதில்: சுமார் ஆறு மடங்கு.

கேள்வி: உலகிலேயே அதிகமான அண்டை நாடுகள் கொண்ட நாடு எது?

பதில்: ரஷ்யா.

Russia

Question: Which is the largest country in the world?

Answer: Russia

Question: How many square kilometers is the area of Russia?

Answer: 1,70,98,242.

Question: How many times bigger is Russia than India?

Answer: About six times.

Question: Which country has the most neighbors in the world?

Answer: Russia.

रूस:

प्रश्न: विश्व का सबसे बड़ा देश कौन सा है ?

उत्तर: रूस

प्रश्न: रूस का क्षेत्रफल कितने वर्ग किलोमीटर है ?

उत्तर: 1,70,98,242

Question: रूस भारत से कितने गुना बड़ा है ?

उत्तर: लगभग छह बार।

प्रश्न: विश्व में सबसे अधिक पड़ोसी देश किस देश के हैं?

उत्तर: रूस।

Answer: Russia.

புனித வெள்ளி:

கேள்வி: புனித வெள்ளி வழிபாட்டின் நோக்கம் என்ன?

பதில்: இயேசுநாதர் சிலுவை சுமந்து சென்று மரித்ததுவரை 7 திருவசனங்களை அருளியதாக விவிலியம் கூறுகிறது.இந்நிகழ்வை நினைவு கூரும் வகையில், இந்த நாளை கிறிஸ்தவர்கள் புனித வெள்ளியாக கடைப்பிடிக்கின்றனர்.

Good Friday:

Question: What is the purpose of Good Friday worship?

Answer: The Bible says that Jesus preached 7 verses while carrying the cross and died. Christians observe this day as Good Friday to commemorate this event.

गुड फ्राइडे:

सवाल: गुड फ्राइडे पूजा का उद्देश्य क्या है?

उत्तर: बाइबिल कहती है कि ईसा मसीह ने क्रूस उठाते समय 7 वचनों का उपदेश दिया और उनकी मृत्यु हो गई। इस घटना को मनाने के लिए ईसाई इस दिन को गुड फ्राइडे के रूप में मनाते हैं।

ஓணம் பண்டிகை:

கேள்வி: கேரளாவில் ஓணம் பண்டிகையின் போது இடப்படும் கோலத்தின் பெயர் என்ன?

பதில்: அத்திப்பூ கோலம்

Onam Festival:

Question: What is the name of the rangoli used during Onam festival in Kerala?

Answer: Attippu rangoli.

ओणम त्यौहार:

प्रश्न: केरल में ओणम त्योहार के दौरान इस्तेमाल होने वाले गोलम का क्या नाम है?

उत्तर: अंजीर का पेड़

நூலகம் :

கேள்வி:. இந்தியாவிலேயே எந்த மாநிலத்தில் முதல் முறையாக மாற்றுத் திறன் குழந்தைகளுக்காக நூலகம் அமைக்கப்பட்டுள்ளது?

பதில்: இது கோவை ஆர்.எஸ்.புரத்தில்

மாவட்ட மைய நூலகத்தின் ஒரு பகுதியில் அமைந்துள்ளது.

Library :

Question: Which state in India has established a library for differently abled children for the first time?

Answer: It is in RS Puram, Coimbatore

Located in a section of the District Central Library

पुस्तकालय :

प्रश्न: भारत के किस राज्य में पहली बार विकलांग बच्चों के लिए पुस्तकालय स्थापित किया गया है?

उत्तर: यह आरएस पुरम, कोयम्बटूर में है

जिला केंद्रीय पुस्तकालय के एक खंड में स्थित है

சிம்லா ஒப்பந்தம் :

கேள்வி: இந்தியா, பாகிஸ்தான் ஆகிய

நாடுகளுக்கிடையே 1972- ல் ஒரு சமாதான ஒப்பந்தம் கையெழுத்தானது.

அந்த ஒப்பந்தத்தின் பெயர் என்ன?

பதில்:. சிம்லா ஒப்பந்தம் என்று பெயர்..

Shimla Agreement :

Question:

A peace treaty was signed in 1972 between the countries - India and Pakistan.

What is the name of that treaty?

Answer: Shimla Agreement.

शिमला समझौता

प्रश्न: 1972 में भारत - पाकिस्तान यहदेशों के बीच एक शांति संधि पर हस्ताक्षर किए गए थे। उस अनुबंध का नाम क्या है?

उत्तर: नाम दिया शिमला समझौता।

வெள்ளை யானை:

கேள்வி: பொருளாதாரத்தில் வெள்ளை யானை என்ற பதமும் ஒன்று உண்டு. அதன் அர்த்தம் என்ன?

பதில்: அதாவது நிறுவனம் செயல்

படும்.ஆனால் லாபமீட்டாது.

White elephant

Question: In economics there is a term called white elephant. What does that mean?

Answer: It means company in action.

But not profitable.

सफेद हाथी :

प्रश्न: अर्थशास्त्र में सफेद हाथी नामक शब्द है। इसका क्या मतलब है?

उत्तर: इसका अर्थ है कंपनी की कार्रवाई

लेकिन लाभदायक नहीं।

டாக்டர் கலாம் :

கேள்வி: "உறங்கும் போது வருவது அல்ல கனவு உங்களை உறங்க விடாமல் செய்வதே கனவு"

"மேற்கண்ட உவமையை கூறிய விஞ்ஞானி யார்"?

பதில்: பாரத ரத்னா APJ அப்துல்கலாம்

डॉ कलाम :

प्रश्न: सोते समय सपने नहीं आते, सपने सोने से रोकते हैं।

उपर्युक्त दृष्टान्त को कहने वाला वैज्ञानिक कौन है?

उत्तर: भारत रत्न एपीजे अब्दुल कलाम

Dr. Kalam :

Q: Dreams don't come while sleeping, dreams stop me from sleeping.

Who is the scientist who told the above parable?

Answer: Bharat Ratna APJ Abdul Kalam

உலகப் போர் :

கேள்வி:. முதல் உலகப் போரின் போது தாக்குதலுக்கு உள்ளான ஒரே இந்திய நகரம் எது?

பதில்: சென்னை - 1914 செப்டம்பர் 22-ம் தேதி ஜெர்மன் போர்க் கப்பலான எம்டன் சென்னை துறைமுகத்தின் மீது குண்டு வீசியது.

World War :

Question: Which was the only Indian city to come under attack during World War I ?

Answer: Chennai - On September 22, 1914, the German warship Emden bombarded the Chennai Port.

वैश्विक युद्ध :

प्रश्न: प्रथम विश्व युद्ध के दौरान हमला करने वाला एकमात्र भारतीय शहर कौन सा था?

उत्तर: चेन्नई - 22 सितम्बर, 1914 को जर्मन युद्धपोत एमडेन ने चेन्नई बंदरगाह पर बमबारी की।

மிகச் சிறிய கண்டம்.

கேள்வி: பரப்பளவின் அடிப்படையில்,உலகத்தின் மிகச்சிறிய கண்டம் எது?

பதில்: ஆஸ்திரேலியா

கேள்வி: ஆஸ்திரேலியா சுதந்திரம் பெற்ற ஆண்டு எழுதுக.

பதில்: 1901 ஆம் ஆண்டு.

एक बहुत छोटा महाद्वीप।

प्रश्न : क्षेत्रफल की दृष्टि से विश्व का सबसे छोटा महाद्वीप कौन सा है ?

उत्तर: ऑस्ट्रेलिया

प्रश्न संख्या: ऑस्ट्रेलिया का स्वतंत्रता वर्ष लिखिए।

उत्तर: 1901

very small continent.

Question: On the basis of area, which is the most small continent of the world?

Answer: Australia

Question: Write the year of independence of Australia.

Answer: year: 1901.

ஜெல்லி மீன்:

கேள்வி: ஜெல்லி மீன்களினால் மனிதனுக்கு ஏற்படும் பிரச்சனைகள் யாவை ?

பதில்: இறந்து போன ஜெல்லி மீன்களை மனிதர்கள் தொட்டால் அரிப்பு ஏற்படும்.அதே சமயம் அவை மனிதனை தாக்கினால் வாந்தி, மயக்கம் ஏற்பட்டு ஒவ்வாமை காரணமாக அதிகபட்சமாக மரணம் கூட ஏற்படலாம்.

Jellyfish:

 Question: What are the problems caused by jelly fish to humans?

Answer: If humans touch dead jelly fish it will cause itchiness, while if they attack a human it will cause vomiting, unconsciousness and maximum death due to allergic reaction.

जेलिफ़िश:

प्रश्न: जेलिफ़िश से मनुष्य को क्या-क्या परेशानियाँ होती हैं?

उत्तर: यदि मनुष्य मृत जेलिफ़िश को छूते हैं तो यह खुजली पैदा करेगा, जबकि यदि वे किसी मनुष्य पर हमला करते हैं तो यह उल्टी, बेहोशी और एलर्जी की प्रतिक्रिया के कारण अधिकतम मृत्यु का कारण बनेगा।

நாட்டின் தலைநகர்:

கேள்வி: பிலிப்பைன்ஸ் நாட்டின் தலைநகர் பெயரை எழுதுக.

பதில்: மணிலா

கேள்வி: சோமாலியா நாட்டின் தலைநகர் பெயர் என்ன?

பதில்: மோகாதி ஷீ

The capital of the country :

Question: Write the Capital name of the Philippines

Answer: Manila

Question: Write the capital name of Somalia .

Answer: Mogadishu.

देश की राजधानी :

प्रश्न:. फिलिपींस देश की राजधानी का नाम लिखिए

उत्तर: मनिला

प्रश्न: सोमालिया की राजधानी का क्या नाम है ?

उत्तर: मोगादिशू

விளையாட்டுத் துறை :

Department of Sports:

Question: Kaprintash Wily Cup is awarded to the winners of which sports competition?

Answer: Awarded to the winners of the Chess Olympiad.

விளையாட்டுத் துறை:

கேள்வி: கப்ரின்டாஷ் விலி கோப்பை எந்த விளையாட்டு போட்டியில் வெற்றி பெற்றவர்களுக்கு வழங்கப்படுகிறது ?

பதில்: செஸ் ஒலிம்பியாட்டில் வென்றவர்களுக்கு வழங்கப்படுகிறது .

खेल विभाग:

प्रश्नः कपप्रिंटश विली कप किस खेल प्रतियोगिता के विजेताओं को प्रदान किया जाता है?

उत्तर:

शतरंज ओलंपियाड के विजेताओं को सम्मानित किया।A

விளையாட்டுத் துறை

கேள்வி: தமிழகத்தில் 44வது செஸ் ஒலிம்பியாட் எங்கு நடைபெற்றது?

பதில்: சென்னையை அடுத்த மாமல்லபுரத்தில் நடைபெற்றது.

(ஆண்டு: 2022).

Department of Sports

Question: In TamilNadu 44th Chess Olympiad Where held?

Answer: It was held in Mamallapuram next to Chennai (Year: 2022)

खेल विभाग :

सवाल: तमिलनाडु में 44वें शतरंज ओलंपियाड प्रतियोगिता कहाँ आयोजित ?

उत्तर: चेन्नई अगला मामल्लपुरम में आयोजित (वर्ष:2022)

Tamil Nadu Hero Sports :

Question: Which district in Tamil Nadu is famous for jallikattu?

Answer: Alankanallur jallikattu of Madurai district is world famous.

தமிழக வீர விளையாட்டு :

கேள்வி: தமிழகத்தில் எந்த மாவட்ட ஜல்லிக்கட்டு உலகப் புகழ்பெற்றது?

பதில்: மதுரை மாவட்டம் அலங்காநல்லூர் ஜல்லிக்கட்டு உலகப் புகழ் பெற்றது.

तमिलनाडु हीरो स्पोर्ट्स :

प्रश्न: तमिलनाडु का कौन सा जिला जल्लीकट्टू के लिए प्रसिद्ध है ?

उत्तर: मदुरई जिले का अलंकनल्लूर जल्लीकट्टू विश्व प्रसिद्ध है।

இயற்கை சூழல் :

கேள்வி: உலகிலேயே அதிக மழைப் பொழிவைக் கொண்ட சிரபுஞ்சி எந்த மாநிலத்தில் அமைந்துள்ளது ?

பதில்: மேகாலயா மாநிலத்தில் உள்ளது.

கேள்வி: சிரபுஞ்சி தற்போது எந்த பெயரில் அழைக்கப்படுகிறது ?

பதில்: சிரபுஞ்சியின் பெயர் மாற்றப்பட்டு , சோரா என்ற அதன் புராதனப்பெயரால் அழைக்கப்படுகிறது

Natural environment:

Question: Cherrapunji is located in which state which has the highest rainfall in the world?

Answer: It is in the state of Meghalaya.

Question: By what name is Cherrapunji now known?

Answer: Cherrapunji has been renamed and called by its ancient name of Sora

प्रकृतिक वातावरण:

प्रश्न: चेरापूंजी किस राज्य में स्थित है जहाँ विश्व में सर्वाधिक वर्षा होती है?

उत्तर: यह मेघालय राज्य में है।

प्रश्न: चेरापूंजी को अब किस नाम से जाना जाता है?

उत्तर: चेरापूंजी का नाम बदल दिया गया है और इसे इसके प्राचीन नाम सोरा से पुकारा जाता है

விண்வெளி ஆய்வு :

கேள்வி: விக்ரம் சாராபாய் விண்வெளி ஆராய்ச்சி மையம் எங்கே அமைந்துள்ளது ?

பதில்: திருவனந்தபுரத்தில் அமைந்துள்ளது.

கேள்வி: செவ்வாய் கிரகத்தில் அமெரிக்காவின் கியூரியாசிட்டி ரோவர் வாகனம் தரையிறங்கிய இடத்திற்கு

'பிராட்பரி லேண்டிங் ' என்று பெயர். பிராட்பரி என்பவர் யார் ?

பதில்: அமெரிக்காவின் பிரபல புனை கதை எழுத்தாளர்

Space exploration:

Question: Where is the Vikram Sarabhai Space Research Center located?

Answer: Located in Thiruvananthapuram.

Question: Where did the US Curiosity rover land on Mars?

The name is 'Bradbury Landing'. Who is Bradbury?

Answer: American famous fiction writer.

अंतरिक्ष की खोज:

प्रश्न: विक्रम साराभाई अंतरिक्ष अनुसंधान केंद्र कहाँ स्थित है?

उत्तर: तिरुवनंतपुरम में स्थित है।

प्रश्न : अमेरिकी क्यूरियोसिटी रोवर मंगल ग्रह पर कहाँ उतरा?

नाम है 'ब्रैडबरी लैंडिंग'. ब्रैडबरी कौन है?

उत्तर: अमेरिका के प्रसिद्ध कथा लेखक।

नाम है 'ब्रैडबरी लैंडिंग'. ब्रैडबरी कौन है?

उत्तर: अमेरिका के प्रसिद्ध कथा लेखक।

தொலைத் தொடர்பு :

கேள்வி: ஜிசாட் - 6 செயற்கைக் கோளின் பயன் என்ன ?

பதில்: ஜிசாட் - 6 செயற்கைக் கோளின் எஸ் - பேண்ட் தொலைத் தொடர்புக்குபெரிதும் பயன்படுகிறது.

கேள்வி: "ஹாட் லைன். "தொலை பேசி வசதியின் பயன் என்ன ?

பதில்: இருநாட்டு பிரதமர் அல்லது அதிபரின் இடையே எந்நேரமும் எளிதில் தொடர்பு கொண்டு பேசக்கூடிய தொலைபேசி வசதி.

Telecommunication :

Question: What is the purpose of GSAT-6 satellite?

Answer: The S-band of GSAT-6 satellite is also used for telecommunication.

Question: What is the use of "Hotline" telephone facility?

Answer: Easy communication between Prime Ministers or Presidents of the two countries at any time.

दूरसंचार :

प्रश्न: GSAT-6 उपग्रह का उद्देश्य क्या है?

उत्तर: GSAT-6 उपग्रह के S-बैंड का उपयोग दूरसंचार के लिए भी किया जाता है।

प्रश्न: "हॉट लाइन।" टेलीफोन सुविधा का क्या उपयोग है?

उत्तर: किसी भी समय दोनों देशों के प्रधान मंत्री या राष्ट्रपति के बीच आसान संचार

ஜோதிடம்:

கேள்வி: ஜோதிடக் கலையில் எத்தனை ராசி கட்டங்கள் உள்ளன?

பதில்: 12 கட்டங்கள்உள்ளன.

ஒவ்வொரு ராசிக்கும் ஒரு கட்டம் ஒதுக்கப் பட்டுள்ளது.

கேள்வி: 12 ராசிகளின் பெயர் என்ன?

மேஷம் -ரிஷபம் - மிதுனம் - கடகம் - சிம்மம் - கன்னி - துலாம் - விருட்சகம் - தனுசு - மகரம் - கும்பம் - மீனம்.

Astrology:

Question: How many zodiac signs are there in astrology?

Answer: There are 12 stages.

Each zodiac sign is assigned a phase.

Question: What are the names of the 12 zodiac signs?

Aries - Taurus - Gemini - Cancer - Leo - Virgo - Libra - Scorpio - Sagittarius - Capricorn - Aquarius - Pisces.

ज्योतिष:

प्रश्न: ज्योतिष में कितनी राशियाँ होती हैं?

उत्तर: 12 चरण होते हैं।

प्रत्येक राशि को एक चरण सौंपा गया है।

प्रश्न: बारह राशियों के नाम क्या हैं?

मेष-वृषभ-मिथुन-कर्क-सिंह-कन्या-तुला-वृषभ-
धनु-मकर-कुंभ-मीन।

मेष-वृषभ-मिथुन-कर्क-सिंह-कन्या-तुला-वृषभ-
धनु-मकर-कुंभ-मीन।

ஜோதிடம்:

கேள்வி: ஜோதிடக் கலையில் ஒன்பது கிரகங்களின் பெயரை எழுதுக.

பதில்: இதற்கு முந்திய வீடியோவில் இராசிகள் கூறப்பட்டது.இந்தப் பன்னிரண்டு இராசிகளிலும் ஒன்பது

கிரகங்கள் சஞ்சரிக்கின்றன.அந்தக் கிரகங்கள் வருமாறு:

சூரியன் - சந்திரன் - செவ்வாய் -புதன்- வியாழன் - வெள்ளி - சனி - இராகு - கேது.

Astrology:

Question: Write the names of nine planets in astrology.

Answer: In the previous video the zodiacs were mentioned. Out of these twelve zodiac signs there are nine

Planets transit. The planets are as follows:

Sun - Moon - Mars - Mercury - Jupiter - Venus - Saturn - Rahu - Ketu.

ज्योतिष:

प्रश्न: ज्योतिष में नौ ग्रहों के नाम लिखें।

उत्तर: पिछले वीडियो में राशियों के बारे में बताया गया था।इन बारह राशियों में से नौ राशियाँ हैं

ग्रहों का गोचर ग्रह इस प्रकार हैं:

सूर्य-चन्द्र-मंगल-बुध-बृहस्पति-शुक्र-शनि-राहु-केतु।

ஜோதிடம்:

கேள்வி: கிரகங்கள் ராசிகளில் சஞ்சாரம் செய்யும் கால அளவை கூறுக.

பதில்: சூரியன் ஓர் இராசியில் ஒரு மாத காலம் சஞ்சாரம் செய்கிறார்.

சந்திரன் ஓர் இராசியில் இரண்டேகால் நாள்கள் சஞ்சாரம் செய்கிறார்.

செவ்வாய் ஓர் இராசியில் ஒன்றரை மாத காலம் சஞ்சாரம் செய்கிறார்.

புதன் ஓர் இராசியில் ஒரு மாத காலம் சஞ்சாரம் செய்கிறார்.

Astrology:

Question: State the duration of transit of the planets in the Rasis.

Answer: Sun travels through a zodiac for a period of one month.

The Moon travels in a sign for two and a quarter days.

Mars transits a sign for one and a half months.

Mercury transits a sign for one month.

ज्योतिष:

प्रश्न: ग्रहों के राशियों में गोचर की अवधि बताएं।

उत्तर: सूर्य एक राशि में एक महीने की अवधि के लिए भ्रमण करता है।

चंद्रमा एक राशि में सवा दो दिन भ्रमण करता है।

मंगल एक राशि में डेढ़ महीने तक गोचर करता है।

बुध एक राशि में एक महीने के लिए गोचर करता है।

ஜோதிடம்:

கேள்வி: கிரகங்கள் ராசிகளில் சஞ்சாரம் செய்யும் காலஅளவை கூறுக பதில்: முந்தைய வீடியோவில் சூரியன், சந்திரன், செவ்வாய், புதன்கிரகங்களின் சஞ்சார காலம்கூறப்பட்டது. மேலும்

குரு ஓர் இராசியில் ஓர் ஆண்டு காலம்

சஞ்சாரம் செய்கிறார். சுக்கிரன் ஓர் இராசியில் ஒரு மாத காலம் சஞ்சாரம் செய்கிறார். சனி ஓர் இராசியில் இரண்டரை ஆண்டுகள் சஞ்சாரம் செய்கிறார். இராகு ஓர் இராசியில் ஒன்றரை ஆண்டும் சஞ்சாரம் செய்கிறார்

Astrology:

Question: State the duration of transit of the planets in the Rasis

Answer: In the previous video the period of transit of the Sun, Moon, Mars and Mercury is mentioned. Further Guru is one year in a Rasi Wandering.

Venus transits a sign for one month.

Saturn travels in a sign for two and a half years.

Ragu is one and a half of a zodiac sign

ज्योतिष:

प्रश्न: राशियों में ग्रहों के गोचर की अवधि बताएं उत्तर: पिछले वीडियो में सूर्य,

चन्द्र,मंगल और बुध के गोचर काल का उल्लेख है। आगे

गुरु एक राशि में एक वर्ष होता है

भटकना।

शुक्र एक महीने के लिए एक राशि में गोचर करता है।

शनि एक राशि में ढाई वर्ष भ्रमण करता है।

रागु एक राशि की डेढ़ राशि है

Anna Hazare:

Question: What are the admirable qualities that Anna Hazare wielded?

Answer: Social Activist - His aim is to eliminate bribery.

அண்ணா ஹசாரே:

கேள்வி: அண்ணா ஹசாரேகையாண்ட போற்றப்படும் பண்புகள் யாவை?

பதில்: சமூக ஆர்வலர் - லஞ்சம்,லாவண்யங்களை களைய வேண்டும் என்பது அவரது குறிக்கோள் ஆகும்.

अन्ना हजारे :

प्रश्न: अन्ना हजारे में कौन से सराहनीय गुण थे?

उत्तर: सामाजिक कार्यकर्ता - उनका उद्देश्य घूसखोरी और घूसखोरी को खत्म करना है।

இந்தியாவின் முதல் பிரதமர் :

கேள்வி: சுதந்திர இந்தியாவின் முதல்

பிரதமர் ஜவஹர்லால் நேருவின்

சாதனைகள் யாவை?

பதில்: 17 ஆண்டுகள் பிரதமராக

இருந்து இந்தியாவை வழி நடத்தினார் .

குழந்தைகளின் அடிப்படைக் கல்வி,

விவசாயம், தொழிற்சாலை ஆகிய

துறைகளை முன்னேற்றினார்.

இவரது பிறந்த நாளான நவம்பர் - 14:

குழந்தைகள் தினமாக

கொண்டாடப்படுகிறது.

Question: who was the first Prime Minister

of India?

Answer: Jawaharlal Nehru was the first

Prime Minister of India

He led India as the Prime Minister for 17

years.

He improved the basic education of

children, agriculture and industries.

His birthday, November 14, is celebrated as

Children's Day.

जवाहरलाल नेहरू

जवाहरलाल नेहरू भारत के प्रथम प्रधानमंत्री थे. उन्होंने 17 वर्षों तक प्रधान मंत्री के रूप में भारत का नेतृत्व किया। उनके जन्मदिन 14 नवंबर को बाल दिवस के रूप में मनाया जाता है।

மாநிலங்களின் பறவைகள்.

கேள்வி: நமது இந்திய மாநிலங்களின்

பறவைகளை வகைப்படுத்துக

பதில்: தமிழக மாநில பறவை : மரகதப் புறா.

உத்தராகண்ட் மாநில பறவை : பச்சை

அரசப்புறா.

மகாராஷ்டிரா மாநில

பறவை: மஞ்சக்கால் பச்சைப்புறா.

ஆந்திரா,கர்நாடகா,ஒடிசா,பிஹார்

மாநிலங்களின் பறவையாக பனங்காடை உள்ளது.

Birds of the States.

question: Classify the birds of our Indian states.

 Answer: State Bird of Tamil Nadu: Emerald

Dove

Uttarakhand State Bird: Green King Dove.

Maharashtra State Bird: Manjakal Green

Dove.

Panangadai is the bird of Andhra Pradesh,

Karnataka, Odisha and Bihar states.

राज्यों के पक्षी ।

तमिलनाडु का राज्य पक्षी: पन्ना कबूतर

उत्तराखंड राज्य पक्षी: हरे राजा कबूतर

महाराष्ट्र राज्य पक्षी: मंजाकल हरा कबूतर

पनांगदाई आंध्र प्रदेश, कर्नाटक, ओडिशा और बिहार राज्यों का पक्षी है।

விண்வெளி ஆய்வு :

Space exploration:

Question : How far is Earth's atmosphere?

Answer: The NASA Space Center reports

that the Earth's atmosphere is visible up to

altitude of 80 to 100 km.

விண்வெளி ஆய்வு :

கேள்வி: பூமியின் காற்று மண்டலம்

எவ்வளவு தூரம் வரை இருக்கும்?

பதில்: 80 முதல் 100 கி. மீ. உயரம் வரை

காற்று மண்டலம் காணப்படுவதாக நாசா விண்வெளி

ஆராய்ச்சி மையம்

தெரிவிக்கிறது .

अंतरिक्ष की खोज:

प्रश्न: पृथ्वी का वायुमंडल

यह कितनी दूर होगा?

उत्तर: 80 से 100 किमी. मैं हूँ। ऊंचाई तक

नासा अंतरिक्ष अनुसंधान केंद्र का कहना है कि वातावरण दिखाई

दे रहा है

सूचित करता है.

தேசிய பறவை:

கேள்வி: இந்தியாவின் தேசிய பறவையாக மயில் எந்த ஆண்டு அறிவிக்கப்பட்டது?

பதில்:. 1972-ம் ஆண்டு வனவிலங்கு சட்டப்படி, இந்திய தேசிய பறவையாக மயில் அறிவிக்கப்பட்டது.

राष्ट्रीय पक्षी:

प्रश्न: मोर को किस वर्ष भारत का राष्ट्रीय पक्षी घोषित किया गया था?

उत्तर: 1972 में वन्य जीव अधिनियम के तहत मोर को भारत का राष्ट्रीय पक्षी घोषित किया गया।

National Bird:

Q: In which year the peacock was declared as the national bird of India?

Answer: In 1972 peacock was declared as the national bird of India under the Wildlife Act.

தாமிர பரணி:

கேள்வி: தாமிர பரணி நதியின் நீர்ப்பிடிப்பு பகுதி அமைந்துள்ள இடம் கூறுக.

பதில்: ஐந்தலை பொதிகை மலை ஆகும்.

கேள்வி: பொதிகை மலை கடல் மட்டத்தில் இருந்து எவ்வளவு அடி உயரத்தில் உள்ளது?

பதில்: கடல் மட்டத்திலிருந்து 6,122 அடி உயரத்தில் உள்ளது.

Tamira Parani:

Question: Name the catchment area of Tamira Parani river.

Answer: Aintalai Pothikai hill.

Question: How many feet above sea level is Potigai Hill?

Answer: It is 6,122 feet above sea level.

तमिरा पारानी:

प्रश्नः तामिरा पारानी नदी के जलग्रहण क्षेत्र का नाम बताइए।

उत्तर: ऐंटलाई पोथिकाई पहाड़ी है।

प्रश्नः पोटिगाई हिल समुद्र तल से कितने फीट ऊपर है?

उत्तर: यह समुद्र तल से 6,122 फीट ऊपर है।

தொழிலதிபர் டாடாஜி :

கேள்வி : டாடா ஏர்லைன்ஸ் விமான சேவை எந்த ஆண்டு யாரால் தொடங்கப்பட்டது ?

பதில்: இந்தியாவில் டாடா ஏர்லைன்ஸ் விமான சேவையை 1932 - ல் ஜஹாங்கிர் ரத்தன்ஜி தாதாபாய் டாடா தொடங்கினார்.

கேள்வி: இந்தியாவில் முதன் முதலாக ' பாரத ரத்னா ' விருதை பெற்ற தொழிலதிபர் யார் ?

பதில்: 1992 - ல் ஜஹாங்கிர் ரத்தன்ஜி தாதாபாய் டாடாவுக்கு ' பாரத ரத்னா '

விருது வழங்கப்பட்டது.

Businessman Tataji:

Question: Tata Airlines was started by whom in which year?

Answer: Tata Airlines was started in India in 1932 by Jahangir Ratanji Dadabhai Tata.

Question: Who was the first businessman in India to receive the 'Bharat Ratna' award?

Answer: 'Bharat Ratna' awarded to Jahangir Ratanji Dadabhai Tata in 1992 .

व्यवसायी टाटाजी:

प्रश्न: टाटा एयरलाइंस की शुरुआत किसके द्वारा किस वर्ष में की गई थी?

उत्तर: भारत में टाटा एयरलाइंस की शुरुआत 1932 में जहांगीर रतनजी दादाभाई टाटा ने की थी।

प्रश्न: भारत में 'भारत रत्न' पुरस्कार पाने वाले पहले व्यवसायी कौन थे?

उत्तर: 1992 में जहाँगीर रतनजी दादाभाई टाटा को 'भारत रत्न' पुरस्कृत किया गया। .

ராணி வேலு நாச்சியார் :

கேள்வி: ராணி வேலு நாச்சியாரின்

சாதனையை விளக்கவும் .

பதில்: .தமிழகத்தின் சிவகங்கை

சமஸ்தானத்தைச் சேர்ந்த 18-ம்நூற்றாண்டு வீரமங்கை

ராணிவேலுநாச்சியார்.சேதுபதி ராஜாவின்ஒரேமகள்.

ஆங்கிலேயரேயும்,ஆற்காடு நவாப்பையும், போரில்

வீழ்த்தி வீர மங்கை என்ற பட்டத்தை பெற்றார் .

रानी वेलु नाचियार:

प्रश्न : रानी वेलु नचियार द्वारा उपलब्धि स्पष्ट करें.

उत्तर: तमिलनाडु की शिवगंगा रियासत का 18वीं सदी की वीरमंगई से जुड़े रानिवेलुनाचियार. सेतुपति

राजा के पुत्रों में से एक, अंग्रेज, ने अर्कोट के नवाब को युद्ध में हराया और वीरा मंगई की उपाधि अर्जित की।

Rani Velu Nachiyar :

Rani Velu Nachiyar was an 18th century

heroic Mangai from the Sivaganga kingdom

of Tamil Nadu. The only daughter of

Sethupathi Raja. Defeating the British and

the Nawab of Arcot in battle, she earned the title of
Veera Mangai.

Vivek Express :

Write the features of Vivek Express.

Answer: This train covers a distance of $4{,}189$ km through 9 states. Vivek Express runs from Kanyakumari to Dibrugarh in Assam. It is the longest distance and longest running train in India.

விவேக் எக்ஸ்பிரஸ் :

கேள்வி: விவேக் எக்ஸ்பிரஸ் ரயிலின்

சிறப்பு என்ன?

பதில்: இந்த ரயில் 9 மாநிலங்கள் வழியாக 4,189 கிமீ தூரம் பயணிக்கிறது .விவேக் எக்ஸ்பிரஸ் கன்னியாகுமரி முதல் அசாம் மாநிலம் திப்ரூகர் வரையில் இயக்கப்படுகிறது. இந்தியாவின் மிக நீண்ட தூரமும்

மிக நீண்ட நேரமும் பயணிக்கும் ரயில் இதுவாகும்.

विवेक एक्सप्रेस :

प्रश्न: विवेक एक्सप्रेस ट्रेन विशेष क्या है?

उत्तर: यह ट्रेन 9 राज्यों से होकर 4,189 किमी की दूरी तय करती है। विवेक एक्सप्रेस कन्याकुमारी से असम के डिब्रूगढ़ तक चलती है। भारत की सबसे लम्बी दूरी

यह सबसे लंबी चलने वाली ट्रेन है.

குடியரசுத் தலைவர் மாளிகை :

கேள்வி: உலகின் மிகப் பெரிய ஆட்சியாளர் மாளிகையான "ராஷ்டிரபதி பவன்" எந்த நாட்டில் உள்ளது ?

பதில்: " ராஷ்டிரபதி பவன் " இந்தியாவில் 370 ஏக்கர் அளவில் உள்ளது.

கேள்வி: டெல்லியில் உள்ள குடியரசுத் தலைவர் மாளிகையில் அமைந்துள்ள முகலாய தோட்டத்தின்(15-ஏக்கர் பரப்பு) தற்போதைய பெயர் என்ன?

பதில்: சுதந்திரத்தின்75-ம் ஆண்டு விழாவை முன்னிட்டு இனி அம்ரித் உத்யன் என அழைக்கப்படும்.

Presidential Palace:

Question: In which country is the world's largest palace "Rashtrapati Bhavan"?

Answer: "Rashtrapati Bhavan" is 370 acres in India.

Question: What is the current name of Mughal Gardens (15-acre area) located in the " Rashtrapati Bhavan"(President residence)?

Answer: It will be called Amrit Udyan in view of the 75th year of independence.

राष्ट्रपति का महल:

प्रश्न: विश्व का सबसे बड़ा महल "राष्ट्रपति भवन" किस देश में है?

उत्तर: "राष्ट्रपति भवन" भारत में 370 एकड़ का है।

प्रश्न: दिल्ली में गणतंत्र राष्ट्रपति भवन में स्थित है मुगल गार्डन (15 एकड़ क्षेत्र) का वर्तमान नाम क्या है?

उत्तर: आजादी के 75वें वर्ष को देखते हुए इसे अमृत उद्यान कहा जाएगा।

குடியரசுத் தலைவர் விருது :

கேள்வி: நமது இந்திய நாட்டின் குடியரசுத் தலைவர் வழங்கும் விருதான பிளாரன்ஸ் நைட்டிங்கேல் பெறுவதற்கு தகுதியானவர் யார் ?

பதில்: பணியில் சிறந்த சேவைகளை ஆற்றியவர்களுக்கு இந்த விருது வழங்கப்படுகிறது.

கேள்வி: இந்த ஆண்டு 2023 ஜூன் அன்று தமிழ் நாட்டைச் சேர்ந்த ஒரே செவிலியர் சுகந்தி இந்த விருதைப் பெற்றதின் காரணம் என்ன ?

பதில்: இவர் தனது 27 - ஆண்டுகால பணியில், தனது தொடர் கண்காணிப்பால் பிரசவத்தின் போது இறப்பு என்பது ஒன்றுகூட இல்லை என்ற அர்ப்பணிப்புடன் செய்த சேவைக்காக இந்த விருது வழங்கப்பட்டது.

President's Award:

Question: Who is eligible to receive the Florence Nightingale Award given by the President of our country of India?

Answer: This award is given to those who have rendered excellent service in the work.

Question: What is the reason why Sukanti, the only nurse from Tamil Nadu , received this award on June 2023?

Ans: This award was given to her for her dedicated service during her 27-year career, through her continuous monitoring of no death during childbirth.

राष्ट्रपति पुरस्कार:

प्रश्न: हमारे भारत देश के राष्ट्रपति द्वारा दिए जाने वाले फ्लोरेंस नाइटिंगेल पुरस्कार को प्राप्त करने के लिए कौन पात्र है?

उत्तर: यह पुरस्कार कार्य में उत्कृष्ट सेवा प्रदान करने वालों को दिया जाता है।

प्रश्न: क्या कारण है कि तमिल राज्य में एम की एकमात्र नर्स सुकांति को जून 2023 को यह पुरस्कार मिला?

उत्तर: यह पुरस्कार उन्हें उनके 27 साल के करियर के दौरान प्रसव के दौरान मृत्यु की निरंतर निगरानी के माध्यम से उनकी समर्पित सेवा के लिए दिया गया था।

प्रसव के दौरान मृत्यु होना कोई एक बात नहीं है

சந்திராயன் - 2 :

கேள்வி: இந்திய விண்வெளி ஆய்வு நிறுவனம் (இஸ்ரோ) சந்திராயன் - 2

விண்கலத்தை எந்த ஆண்டு விண்ணில் செலுத்தியது?

பதில்: எல்விஎம் - 3 ராக்கெட் மூலம்

ஸ்ரீஹரிகோட்டாவில் இருந்து 2019 ஜூலை 22- ம் தேதி விண்ணில் செலுத்தியது

கேள்வி: சந்திராயன் - 2 எப்பொழுது

நிலவின் சுற்றுப்பாதையை சென்றடைந்தது?

பதில்: கடந்த 2019 செப்டம்பர் மாதம் நிலவின் சுற்றுப்பாதையை சென்றடைந்தது.

கேள்வி: சந்திராயன் - 2 வின் பணிகள் யாவை?

பதில்: நிலவின் தென்துருவத்தில் தரையிறங்கி ஆய்வு செய்வதற்காக செலுத்தப்பட்டது .

Chandrayaan - 2 :

Question: Which year Indian Space Research Organization (ISRO) launched the space shuttle chandrayaan - 2 ?

Answer: By LVM-3 rocket

It took off from Sriharikota on July 22, 2019

Question: When Chandrayaan - 2 reached lunar orbit?

Answer: It reached the Moon's orbit last September 2019.

Question: What are the missions of Chandrayaan-2?

Ans: To Land on the South Pole of the Moon for exploration

चंद्रयान-2 :

प्रश्न: भारतीय अंतरिक्ष अनुसंधान संगठन (इसरो) चंद्रयान-2 अंतरिक्ष यान का प्रक्षेपण किस वर्ष किया गया?

उत्तर: LVM-3 रॉकेट द्वारा

इसने 22 जुलाई, 2019 को श्रीहरिकोटा से उड़ान भरी

सवाल: चंद्रयान-2 कब चन्द्रमा की कक्षा में पहुँच गए?

उत्तर: यह पिछले सितंबर 2019 में चंद्रमा की कक्षा में पहुंचा था।

प्रश्न: चंद्रयान-2 के मिशन क्या हैं?

उत्तर: अन्वेषण के लिए चंद्रमा के दक्षिणी ध्रुव पर उतरा